எனக்கான ஆகாயம்

சக்தி ஜோதி

எனக்கான ஆகாயம்	:	கவிதைகள்
ஆசிரியர்	:	சக்தி ஜோதி
	:	© ஆசிரியருக்கு
முதற்பதிப்பு	:	டிசம்பர் 2013
புதிய பதிப்பு	:	மார்ச் 2014
வெளியீடு	:	வம்சி புக்ஸ்
		19, டி.எம்.சாரோன்,
		திருவண்ணாமலை - 606 601
		செல்: 9445870995, 04175-251468
அச்சாக்கம்	:	மணி ஆப்செட், சென்னை - 600 077
விலை	:	₹ 100/-
ISBN	:	978-93-80545-59-2

Ennakana Aagayam	:	Poems
	:	Sakthi Jothi
	:	© Author
First Edition	:	December 2013
New Edition	:	March 2014
Published by	:	Vamsi books
		19 D.M.Saron,
		Tiruvannamalai - 606 601
		9445870995, 04175-251468
Printed at	:	Mani Offset, Chennai - 600 077
Price	:	₹ 100/-
ISBN	:	978-93-80545-59-2

vamsibooks@yahoo.com * www.vamsibooks.com

சக்திவேலுக்கு

நன்றி

உயிர் எழுத்து ● புதிய பார்வை ● யுகமாயினி
தீராநதி ● இனிய நந்தவனம் ● கல்கி ● பெண்ணே நீ

தாவர வண்ணங்களால் வரையப்பட்ட சித்திரங்கள்

ஒரு கதவுதான்.

உள் நுழைவதற்கும் வெளியேறுவதற்கும் இடையில். அது திறக்கவும் சாத்தவும் படுகிறது.

சக்தி ஜோதியின் கடலோடு இசைத்தல் தொகுப்பின் கடைசியில் அமைந்திருந்த 'பெண்மையைப் பற்றிய சில கவிதைகள்' அப்படியொரு கதவு. அந்தத் தொகுப்பை மூடிவிட்டு, இந்தத் தொகுப்புக்குள் திறந்து வந்துவிடலாம். பொதுவாக வீட்டுக்கும் நமக்கும் உள்ள உறவைப் பொறுத்தது இந்தக் கதவு திறத்தல்.

சக்திஜோதியின் கவிதைகள் திறந்தே இருப்பவை. எந்தப் பிரத்யேகச் சாவிகள், கடவுச் சொற்கள், மூன்றிலக்க எண் திருக்கல்கள் தேவைப்படாதவை அவை. காதல் எனினும் காமம் எனினும், ஒரு மொட்டு எவ்வளவு மூடியிருந்ததோ அவ்வளவு மூடுதல். ஒரு கனி தன்னை எவ்வளவு போர்த்தியிருந்ததோ அவ்வளவு போர்த்துதல் மட்டுமே. பூப்புக்கும் கனிவுக்கும் அளிக்கப்படும் இயற்கையின் எளிய பாதுகாப்பை மட்டுமே தன் கவிதைகளுக்கும் சொற்களுக்கும் அளிக்கிறார்.

சென்ற தொகுப்பின் முன்னுரையில் ஒரு வரி, 'மௌனமாக இருத்தல் என்பது எனது பணி சார்ந்தும் என் குணம் சார்ந்தும் இயலாத காரியம்'. இந்தக் 'குணம் சார்ந்து இயலாத மௌனம்'

எனக்கு முக்கியம். அதற்கு அர்த்தம் இரைச்சல் என்பது அல்ல. ஒரு வகை அ-மௌனம். அதுவே அவரின் எல்லாக் கவிதைகளையும் மிக நேர்த்தியாகக் கோர்க்கும் இழை.

'நிலத்தின் கடல் கடலிலும் கடலின் நிலம் நிலத்திலும் கிடக்கிறது' என்பதை உணரமுடிகிற கவிதையின் பூகோளம் அவருடையது. சொற்கள் நிலம் புகுவதும், நிலத்தின் வாசல் திறந்து கடல் புகுவதும் அதனால் அவருக்குக் கவிதைகளில் சாத்தியம். 'பிரபஞ்சச் சுவை'யும் 'பழமையின் வாசனை'யும் அவற்றில் வெளிப்படுவதில் ஆச்சரியம் எதுவுமில்லை. சரித்திரத்திலிருந்து வெளியேறுகிறவர்கள் அவற்றைத் தவிர்க்கவும் முடியாது.

சக்தி ஜோதிக்கு 'சுவரற்ற வீடு நிலம்தானே' என்று சுவரின் பொருள் ஏற்கனவே தெரியும். மனத் தட்டுப்பாடு இல்லாத மனம் அவருடையது. 'இந்த நிலம், நீர், ஆகாயம், காற்று, நெருப்பு ஆகிய அனைத்தும் பெண்ணின் வடிவங்கள்தான். இவைகளில் எது இருக்கிறதோ அது என் கவிதைகளில் இருக்கிறது' என்று சொல்கிற அவர், நிலம் புகுந்து கடலோடு இசைந்து அவருக்கான ஆகாயத்துக்கு வந்திருக்கிறார். அவர் வரிசைப்படியே நிலம், நீர், ஆகாயம் ஆயிற்று. காற்றாகவும் நெருப்பாகவும் ஆகப் போகும் கவிதைத் தொகுப்புக்கள் இனி வரவிருக்கும் தொகுப்புக்கள்தான். இனியே தவிர, அவருடைய எல்லாக் கவிதைகளிலும் போதுமான காற்றுண்டு. நெருப்பும் உண்டு.

'இந்த பஞ்ச பூதங்களாய் இருக்கிறேன். எனக்கென சொல்லிக்கொள்ளும்படி ஒன்றுமில்லை' - இது சென்ற தொகுப்பில் பதிவாகியுள்ள அவருடைய வாக்கு மூலம். ரிஷி மூலம், நதி மூலம்போல கவிஞனின் வாக்கு மூலமும் பார்க்க

அவசியமில்லை. ஆனால், சொல்லிக் கொள்ளும்படி நிறையவே இருக்கிறது அவரிடம்.

சக்தி ஜோதியின் குடும்ப அட்டையோ, வாக்காளர் அடையாள அட்டையோ அய்யம்பாளையத்தில் பதிவுசெய்யப்பட்டிருக்கலாம். மனதளவில் ஒரு சங்க காலப் பெண்டிரில் ஒருவராகவே, தலைவி எனவும் தாய் எனவும் கவிதைகளில் நடமாடிக் கொண்டிருக்கிறார். 'வெள்ளிவீதியார் என் தாயென அறிவாய்' என்ற அவரின் முன் கூற்று மெய்.

இன்றைய அவருடைய கவிதையில், 'நம்மிடையேயான தூரத்தை எப்படிக் கடந்து செல்வது, நம் அருகாமையிலிருந்து எப்படி விலகுவதென' என மயில் அகவும். ஆலங்கட்டி மழை பெய்யும். முற்றத்தில் முல்லை அரும்பும். தெப்பம் மிதக்கும். ஆம்பல் இலைகள் குளம் போர்த்தும். செங்காந்தள் மலர், தாமரை விழிகள், புங்கை மரம் எல்லாம் காற்றில் கனவசைக்கும். காமனை வேண்டிய நாச்சியார் மணலை வட்டமிட்டுக் காதலை அடைவாள். ஏதோ மறுமொழி சொல்லியபடி பின்னிரவில் நீங்கிச் செல்வர். ஆவினங்களின் நடை அவனது நிழலைக் கடந்து பின் செல்லும். வெண் மலர்கள் சூடிய மகளிர் பின் தொடர, தேவாலய மணியோசை நினைவடுக்குகளின் அந்தரங்கங்களை எழுப்பும், வேங்கை மரத்தின் பாலைத் தொட்டுப் பொட்டிட கானகத்தின் நடுவே நிற்பர்.

இப்படிச் சொல்லும் சூழலும் நற்றிணை, நல்ல குறுந்தொகை. ஆயின், அவற்றின் வழி மிகத் திடமாக முன்வைக்கப்படுபவை, கிறிஸ்துமஸ் முடிந்த பிறகும் அகற்றப்படாத நட்சத்திரங்கள், மார்கழிப்பனி எழுதப்பட்டிருக்கிற பூசணிப்பூ பொன் மஞ்சள், ஷேர்

ஆட்டோக்களில் தங்களைத் திணித்துக்கொள்ளும் அலுவலகக் களைப்பில் இடம் மாறின ஒட்டுப் பொட்டுள்ள முகங்கள், தேவாலயச் சுவர் எழுத்தை வாசித்துக்கொண்டே குறுஞ்செய்தி அனுப்பியபடி ஆக்டிவா மேல் சாய்ந்து நிற்கும் பத்தொன்பது, சூலி நடை பயிலத் தாயுடன் வந்துகொண்டிருக்கும் தலைப்பிள்ளைக்காரியின் தீர்க்கமான கண்கள் என்று இன்னும் ஈரப் பதத்துடன் தினசரிக் காலண்டரில் புரளும் மிக உடனடியான இன்றைய தினங்கள்தான்.

காப்பிச்செடியின் காய்ந்த கிளைகளில் காதலைப் பறிமாறிக்கொள்ளும் உயிரின் வாதை படபடக்கும் சிறகுகள். பாதங்களை வருடிச் செல்லும் மருதா நதி. அழைப்பிதழில் படிந்திருக்கும் மஞ்சள் துகள்கள். வாகனத்தை முந்திச் செல்லும் வாகனங்கள். தன்னுடைய உலகம் சமையலறையாக இருக்கும் அந்தப் பெண். இரண்டு ராஜாக்கள் சுகித்திருக்க போராடிக் கொண்டிருக்கும் ராணிகள், மிதந்து கடக்கும் வானம், வகுப்பறையில் உதிரம் பெருக்கி பூப்பெயதும் தோழி, தனக்கு வராத கடிதங்களின் கற்பனைகளுடனான காத்திருத்தல், நெடுஞ்சாலையில் பனிமூடி நிற்கிற வாகனங்கள், புத்தக அடுக்குகளிலிருந்து தலை நீட்டித் தெரியும் நான்காய் மடிந்த கடிதம், பிரிவின் அடையாளமாக மாறும் நிழற்குடை முதிர்கால வண்ணங்கள், விடுதித் தோழியரின் பிற்பகல் உறக்கம், மணல் இல்லாத ஆறு என சக்தி ஜோதியின் கவிதைகளில் உருவாகியுள்ள நிகழ் உலகில் அவருடைய வெள்ளி வீதியார் மகளின் சொற்கள் வந்து பொருந்தி அமரும் விதம் கச்சிதமானது.

உழுதுகொண்டிருக்கும்போது கிடைக்கும் ஐம்பொன் சிலையை நகராட்சிக் குழாயில் குளிப்பாட்டி, உதிர்ந்து கிடக்கிற ஒரு குல்மோஹர் பூவைச் சூட்டுவதுபோல என்று சொல்லலாம். பெரிய கோவில் யாளியை வீட்டுக்குள் நடத்திக் கூட்டிவந்து,

அதன் வாயில் கிடக்கிற கல் பந்தை நம் குழந்தைகளை உருட்டச் சொல்வதுபோலக்கூட. ஏதோ ஒரு தீப்பாச்சி அம்மன் கோவிலின் சரவிளக்கு வெளிச்சத்தில் நடுகல்லில் வாளுயர்த்தி நிற்கும் விரிமார்பனைப் போக்குவரத்து நெரிசல் வேளையில் பார்த்துச் சிலிர்ப்பதுபோல. என்றும் அதே தீ. அதே நீர். அதே சொல். இன்றும் எரியும், இன்றும் அணைக்கும், இன்றும் வெல்லும்.

சக்தி ஜோதியின் மனதில் சங்கத்தின் நுட்பமான இழைகள் அம்பாரமாகக் குவிந்துகிடக்கும் போல. ஏதோ ஒரு தொன்மையான செங்குந்தர் தெருவின் தறிக்குழியில் அமர்ந்து, அவர் செய்கிற மாய நெசவு வசீகரமானது. வேறு எவரின் சாயலுமற்ற எழில்மிகுந்த அவருடைய நேரடியான மொழி அவரின் கவிதைகளை நேர்த்தியாக வடிவமைக்கிறது. ஒரு கவிஞன் அவன் அடைகிற மொழியைப் பொறுத்தே அவனுடைய கவிதையை முன்னகர்த்துகிறான். சக்தி ஜோதியின் கவிதைகள் தானாக முன் நகர்பவை.

'உன் வருகையின் ஒளி
வாடிய குன்றுகளில் கொண்டாட்டத்தை உருவாக்கும்'

'அன்பைப் பெறக் காத்திருக்கையில்
மௌனத்தின் ஊடே கடந்து செல்கின்ற காற்றில்'

'மகளைப் பற்றிய கவலை
மரத்தின் நிழலென
பொழுது தோறும் வளர்ந்து வருகிறது'
'வெற்றிடத்தில் விளக்கொன்று அணைந்து

திரி கருகும் வேளையும்
விளக்கொன்று சுடர் விட்டு
ஒளிரும் வேளையும்
அருகருகே'

'அவளது நினைவுகளில்
காட்டு மரங்களின் ஊடே
காளான்கள் பூத்திருக்கின்றன'

'அவனுக்கான வார்த்தைகளை
நதியில் மறைத்து வைக்கிறாள்
அதை விழுங்கிய மீன்களின் வயிற்றில்
கல்லாய் உறைந்து கிடக்கின்றன'

'பறவைகள் பறக்கிற வானம்
நிலத்தில் அடங்குகிறது'

'பறவைகள் அற்ற கூண்டில்
நிலவின் ஒளி
நிரம்பிக்கொண்டிருக்கிறது
கூண்டினைத் திறக்கிறேன்
பறவைகள் போல்
வெளியேறுகிறது இரவு'

'என்னை விரும்பியபடி இன்னொரு பெண்ணிடம்

வாழ்ந்துகொண்டிருக்கும் உன்னிடம்
என்னை நினைவூட்டுவது
உன் மகளின் பெயர்'

'அவரவர் கைகளுக்கு அகப்பட்ட
வாழ்வின் வண்ணங்களைப்
பூசிக் கொண்டிருக்கிறோம்'

'இரவுத் துயிலைப் பறிகொடுத்தவன்
சதாபொழுதும்
தன் நினைவுகளில் இருக்கும்
இரவினைக் காண வேண்டித் துயருறுகிறான்'

இப்படி எளிய சொற்களால் சித்திரம் வரைவது எளிதல்ல. அந்தச் சித்திரங்கள் கவிதையை நலுங்கச் செய்யாமல், அவற்றுடன் பொருந்துவதும் அப்படியே. சக்தி ஜோதியின் சொற்கள் பூத்தையல் வரைவதைப் போலவே ஒரு கவிதையில் இயங்குகின்றன. எந்த கோபுர விமானத்தில் ஏறிப் பார்த்தாலும் அவற்றின் உட்புறச் சுவர்களில் வரையப் பட்டிருக்கும் ஓவியங்களின் தாவர வண்ணங்களைச் சேகரித்து வந்து இன்றைய முகங்களை இன்றைய பாணியில் வரைகிறார். அப்படியான ஓவியங்களையுடைய அவருடைய எந்தக் கவிதையையும் சட்டமிட்டு, நம் பார்வைக்குரிய விருப்பமான சுவர்களில் நாம் தொங்கவிட்டுக்கொள்ளும் அனுமதியை அவை அளிக்கின்றன.

இந்தத் தாவர வண்ணங்களால் வரையப்பட்டவை, 'முடிந்த கதைகள், வண்ணங்களின் பிறப்பிடம், சமையலறை

உலகிலிருந்து, விளையாட்டு தந்திரம், சிறு முயல், கல் மீன், தோழியொருத்தியின் குரல், நிலவாகும் பறவை, முதிர்கால வண்ணங்கள், தொலைந்த அண்மை, மணல் இல்லாத ஆறு, வேங்கை இருந்த நிலம்' போன்ற முழுமையான கவிதைகள்.

கவிதைகளின் வரிகள் சாராமல், கவிதைகளுக்கு வைக்கப்பட்டிருக்கும் தலைப்புகள் அந்தந்தக் கவிதைகளைக் கொண்டாடுகின்றன. 'இரண்டு நிலா தெரியும் இரவுகள், பனிப் பொழுதைக் கடந்து, பறவையின் நிழல் தரும் துயரம், கடந்து செல்லும் காலம்' போன்ற தலைப்புக்களின் சுய வெளிச்சம் ஓடையில் விழுகிற வெயில் மாதிரி, கூழாங்கற்கள் வரை பாய்ந்து தொடுகின்றன. கூழாங்கற்களில் கவிதைகள் எழுதப் பட்டிருக்கின்றன அல்லது கூழாங்கற்களே கவிதை.

கூழாங்கற்களாகக் காலம் உருண்டோடிக் கொண்டிருக்கிறது. சக்தி ஜோதி மிதந்து கடக்கிறார் அவருக்கான வானத்தை.

இந்த வானம்
இத்தனை தெளிவாய்
இதற்கு முன் இருந்ததில்லை.

வாழ்த்துகளுடன்,

கல்யாண்ஜி
திருநெல்வேலி
27-12-2010.

இருத்தலின் அடையாளம்

என்னுடைய மூன்றாவது கவிதைத் தொகுப்பு இது. கவிதை உணர்ச்சி என்பது மகிழ்வின் உச்சமென்றே சொல்லத் தோன்றுகிறது. எனது துயரங்களை மறந்து எனது இன்னல்களைப் புறக்கணித்துவிட்டு எழுதியிருக்கிறேன். கவிதை எழுதும் மனநிலையே என்னை நானே கொண்டாடிக் கொள்வதிலிருந்து தான் பெறப்படுகிறது. எனது கிராமத்தின் அந்திப் பொழுதுகள், தனிமை சூழ்ந்த இரவுகள் எனக்குள் உருவாக்கும் மொழிச் சித்திரங்கள்தான் இக்கவிதைகள்.

ஒருவகையில் இக்கவிதைகள் எனது இருப்பின் அடையாளமாக அமைந்துவிட்டது. எனது வாழ்வு சார்ந்த இடமான ஒரு கிராமத்தின் அடையாளம் இது. நதி, மலை, மரங்கள், பறவைகள் என்று தட்டையாக எழுதுவது என்பது கவிதையில் அமைந்துவிடுகிற விபத்துதான். ஒரு பூவின் பெயர் செங்காந்தள் என்று எழுதுவது என்பது எதன்பொருட்டு அடையாளமாகிறது. அகமும் புறமும் ஒன்றை ஒன்று பாதிப்பதைப் பதிவுசெய்கிறேன்.

மருதா நதிக்கரையோரத்தில் அமர்ந்து மேற்குத்தொடர்ச்சி மலையினைப் பசுமையாகப் பார்க்கும்போது உருவாகும் சிலிர்ப்பு அலாதியானது. தொலைதூரத்தில் ஒற்றை பறவையின் தனிமையான ஓசை என்னைச் சிதைத்திருக்கிறது. மீட்டெடுத்திருக்கிறது. மலையடிவாரங்களும் தனிமையான ஒற்றையடிப்பாதைகளும் திரும்பத் திரும்ப எனது பயணத்தில் வருகின்றன. தேசிய நெடுஞ்சாலையில் விரைந்து செல்கையில்

சாலையோரங்களில் கடந்து மறைகின்ற தனித்து விடப்பட்ட கல்மண்டபங்களும் வனப்பகுதியில் காட்டுமரங்களுக்கிடையே கவனத்திலிருந்து நீங்கிய சிதிலமடைந்த கோவில்களின் சிதைந்த கல் சிற்பங்களும் என்னைச் சலனப்படுத்திக்கொண்டே இருக்கின்றன. கைகளை இழந்த சிற்பம் ஒன்றில் துளிர்த்திருக்கும் இளந்தளிர்கள் என் மன எழுச்சியைத் தூண்டுகின்றன. எதன்பொருட்டு இத்தனை அவஸ்தைகள், அலைச்சல்கள் என்று எனக்குள் உருவாகியிருந்த கேள்விகள் முழுவதுமாக அவிழ்ந்தது போலாகிவிடுகிறது. சிதைந்த சிற்பங்கள் எனக்குள்ளாக ஒரு மாற்றத்தைக் கொண்டுவருகிறது. காலம் சிதைத்துக் கொண்டிருக்க இயற்கை நிறைவுசெய்து கொண்டிருக்கும் வாழ்க்கையை, இருத்தலும் இருத்தல் நிமித்தமுமான பாடுகளை உணர்கிறேன்.

காதலும் பிரிவும் அதுசார்ந்த காட்சிகளும் நிரந்தரமாக எனது கவிதைகளின் அடையாளமாகிவிட்டன. சமூகத்தில் மாற்றத்தை உருவாக்குவதில் காதல் பெரும் பங்கு வகிக்கிறது. தனி மனித மனதின் கொண்டாட்டமும் காதல்தான். தான் நேசிக்கப்படுவதை யார்தான் விரும்பாமலிருக்க முடியும் நேசிப்பதையும் நேசிக்கப்படுவதையும் விரும்பும் யாருக்கும் என் கவிதைகளைப் பிடிக்கும்.

இக்கவிதைகள் எழுதி பிரசுரமான காலத்தில் படித்துவிட்டு தங்களது கருத்துகளைப் பகிர்ந்துகொண்ட நண்பர்களை இத்தருணத்தில் நினைத்துக்கொள்கிறேன். பிரசுரம் செய்த இதழ்களுக்கும் அதன் ஆசிரியர்களுக்கும் எனது நன்றியும் அன்பும்.

என் தொகுப்பை மிகக் குறுகிய அவகாசத்தில் வாசித்து அதற்கு ஒரு சிறப்பான அணிந்துரை வழங்கிய நான் மதிக்கின்ற,

நான் பின்பற்றுகின்ற கவிஞர் கல்யாண்ஜி அவர்களுக்கு என் வணக்கங்களும் நன்றிகளும்.

என் கவிதைகளைத் தொடர்ந்து வாசித்து எனக்கு உற்சாகமளித்துவரும் பிரபஞ்சன், நாஞ்சில் நாடன், அப்துல் ரகுமான், கலாப்ரியா, இளையபாரதி, தமிழச்சி தங்கபாண்டியன், கரிகாலன், தேவேந்திரபூபதி, ஆதவன் தீட்சண்யா, பா.வெங்கடேசன், காலச்சுவடு கண்ணன், இரா.சின்னசாமி, தங்கம் மூர்த்தி ஆகியோருக்கு நன்றிகளை வெறும் வார்த்தைகளால் கூறிவிட இயலாது.

கணவர் சக்திவேல் குழந்தைகள் திலீப் குமார், காவியா மற்றும் என்னுடைய குடும்பத்தினருக்கு என்னுடைய பிரியங்கள்.

சக்தி ஜோதி

அய்யம்பாளையம்

28-12-2010

shakthijothi@gmail.com

எனக்கான ஆகாயம் என்கிற என்னுடைய மூன்றாவது தொகுதி, இரண்டாம் பதிப்பாக வெளிவருவதில் என்னை ஊக்கப்படுத்திய பவா செல்லதுரைக்கும் ஷைலஜாவிற்கும் என்னுடைய அன்பும் நன்றியும் .

சக்தி ஜோதி

05.05.2014

சிறை மீட்டல்

மண்கலயங்களின் சிறிய துவாரங்களின் வழி
தங்கள் உலகை
மெல்ல மெல்ல எட்டிப் பார்த்தன சில பறவைகள்

மஞ்சள்
பச்சை
நீலம்
இன்னும் பல வண்ணங்களில்
கூண்டினுள் பறவைகள்
காப்பிச்செடியின்
காய்ந்த கிளைகளில்
காதலைப் பரிமாறிக்கொண்டிருந்தன

வெயிலும்
பனியும்
கம்பிகளைக் கடந்து உள்நுழைகிறது

கூண்டுக் கம்பிகள்
மண்கலயங்கள்
காப்பிக் கிளைகள்
பறவைகளைப்
பருந்துகளிடமிருந்து பாதுகாக்கின்றன

பறவைகளின் இருப்பினை
வாசனையால் உணர்ந்துகொள்ளும் பூனைகள்
எங்கிருந்த போதிலும்
அவைகளை அச்சப்படுத்திக்கொண்டேயிருந்தன

உயிரின் வாதையை படபடக்கும் சிறகுகள்
அறிவதில்லை,
ஒருபோதும் கூண்டுப் பறவையைப்
பூனையால் பிடித்துவிட இயலாதென்பதை.

அதிகாலைச் சூரியன் வருகையில்

தூக்கத்தை இழப்பதற்கு
உன் வார்த்தைகள் தேவையில்லை எனக்கு
நீ
என்னை
நினைப்பதைத் தவிர்த்துவிட்டாலே போதும்

மனத்தின் சஞ்சலத்தை
மேலும் அதிகப்படுத்தும்
உன் மௌனம்

என்னுடல்
வெளிறி
ஒளியிழந்து போக
உன் வருகை நிகழாத என் வாசல் போதும்

நம் மகிழ்வான நாட்களில்
சிரிப்பும் குதூகலக் கண்ணீரும்

இன்று
காதலை உருமாற்றியிருக்கிறது

நெடுநாள் உறக்கம் இழந்தபின்பு
துயிலும் மயக்கத்தை
உன் அழைப்பே தரும்

மேலும்
உன் வருகையின் ஒளி
வாடிய குன்றுகளில் கொண்டாட்டத்தை உருவாக்கும்.

தனித்தலையும் பறவை

அந்தரங்கத்தின் தனிமை
புகுந்துகொண்டது
அவனைச் சந்தித்த பொழுதுகளில்

எவ்விதமாயும்
வெளிப்படுத்த இயலாக் காதலோடு
நதியிடம் வேண்டினாள்
தலைவனிடம்
தன் சொற்களைக் கொண்டு சேர்ப்பிக்கும்படி
கடந்து சென்றது நதி

காற்றிடம் கேட்டாள்
தன் காதலைக் கொண்டு சேர்ப்பிக்கும்படி
விலகிச் சென்றது காற்று

பறவைகள்
வெகு தொலைவில்
உயரப் பறந்து கொண்டிருந்தன

எனக்கான ஆகாயம்

நதியின் கூழாங்கற்களாய்
காலம்
உருண்டோடிக் கொண்டிருக்கிறது

வடிவமற்ற சொற்களில்
காதல் சிதறிக் கிடக்கிறது
வனத்தில்
தனித்தலையும் பறவையைப் போல.

காற்றில் மிதக்கும் துயரம்

என்ன செய்வது
கரங்களில் மயங்கிச் சரிந்த மனதினை

என்ன செய்வது
மனதில் மயங்கிச் சரிந்த உடலினை

என்ன செய்வது
துயரத்தில் தோய்ந்த காதலை

ஒரு புன்னகை
அதற்கு ஈடான ஒரு சொல்
அல்லது
அருகாமை உணர வைக்கும்
ஏதேனும் ஒன்று

அன்பைப் பெறக் காத்திருக்கையில்
மௌனத்தின் ஊடே

கடந்து செல்கின்ற காற்றில்
மிதந்து கொண்டிருக்கிற காதல்
துயரமாகக்
கண்களில் வழிகிறது.

நீரலை விலகும் பொழுது

பாதங்களை வருடிச் செல்கிறது
மருதா நதி
கூடவே சில மீன்கள்

மேய்ச்சல் முடிந்து திரும்பும் மாடுகள்
நீர் அருந்திச் செல்கின்ற
அந்த மாலையில்

தண்ணீரை அள்ளிப் பருகும்
அவனது கைகள்
அவள் கரம் பற்ற
எதன் பொருட்டோ நழுவிவிட்டது

பின்பொரு மாலையில்
மருதாநதியின் கரையோரம்
இரவு கண்ட கனவை நினைத்தபடி
அமர்ந்திருக்க

கனவை
எப்படி கைக்கொள்ளப் போகிறாள்
என
மாடுகளும்
ஆடுகளும் அசை போட்டபடி
அவளைக் கடக்கின்றன

நதியின் நீரலைகளில்
அந்தக் கனவு
அவனை நோக்கி நகர்கிறது.

மழைக்குப் பிறகு

இன்னும் சற்று நேரத்தில்
வரப்போகும் மழையின்
ஈரத்தைப் பத்திரப்படுத்திக்கொள்ள
விரும்பினாள் ஒருத்தி
பின் பொழிகின்ற மழையில்
சற்று அதிகமாக நனையலாம்
மேலும்
மழைநீரை சேமித்துப் பருகலாம்
மழைக்குப் பின்பான
சிறுநதியில்
கப்பலில் மிதக்கலாம்
ரசிக்கலாம்
வேறென்ன செய்து
இரவையும் அவனையும் நனைப்பது.

முடிந்த கதைகள்

என் திருமண அழைப்பிதழ்
யார் வீட்டிலோ
எதன் ஊடோ ஒளிந்து கிடக்கும்
நினைவுகளைச் சுமந்தபடி

இல்லம் வரும்
அழைப்பிதழ்களில் எண்ணற்ற கதைகள் படிந்துள்ளன
ஒரு அழைப்பிதழோடு வருபவர்கள்
தயங்கியபடி வாசலில் நுழைகிறார்கள்
அவர்களிடம் இருந்து கைமாறும் அழைப்பிதழ்
மீட்டெடுக்கிறது
உறைந்துபோன நினைவுகள்

அழைப்பிதழில்
படிந்திருக்கும் மஞ்சள் துகள்களில்
ஒளிர்கின்றன

அந்த நாட்களில்
இரவுகளில்
கண்விழித்து மஞ்சளிட்ட
அம்மாவை
அவள் விரல்களில் கசிந்த
அன்பு படிந்திருந்த அழைப்பிதழைப்
பத்திரப்படுத்தத் தவறிவிட்டேன்

அதை
ஒவ்வொரு அழைப்பிதழிலும்
தேடியபடி இருக்கின்றேன்

அந்தக் காலம்
மஞ்சளாய் ஒளிர்ந்து கொண்டிருக்கிறது.

உயிர்க்கும் வார்த்தைகள்

மகளைப் பற்றிய
கவலை
மரத்தின் நிழலென
பொழுதுதோறும் வளர்ந்து வருகிறது

தங்களது
சந்தேகங்களை
துக்கங்களை
வலி நிறைந்த மனச் சுமைகளை
பறவைகளுக்கு தானியங்களை
தூவுவதுபோல
ஒவ்வொரு தந்தையும்
தங்களைத் தொடர்பவர்களிடம்
சொல்லிச் செல்கின்றனர்

அவை
தரையிறங்கும் பறவைக் கூட்டமென

ஒன்றன்பின் ஒன்றாக
உயிர்க்கிறது

ஒருபொழுது தேய்ந்து மறைய
ஒரு பொழுது விரிகிறது

மேலும்
நிலவெளிகளில் படர்ந்து வளர்கிறது.

இரண்டு நிலா தெரியும் இரவுகள்

இன்றைய இரவின் நிலவு
அத்தனை குளிர்வாய் இருக்கிறது

இரவு கொண்டாடுகிறது
தன்னிலை மறந்தவர்களையும்
பைத்தியக்காரர்களையும்
சாகசக்காரர்களையும்

மேலும்
காமத்தைப் போர்த்தியவர்கள்
மகிழ்கிறார்கள்

வலப்பக்கத்திலிருந்து எழுந்த நிலவு
கவிதைக்குக்
காட்சிகளை வெளிச்சமிடுகிறது

அரும்புகிற கவிதை வரிகளை
மலரச் செய்கிறது
எனக்கான ஆகாயம்

எழுதப்படாத சொற்களை
நிலவின் முன் வைத்துக் காத்திருக்கிறேன்

நிலவு தன் ஒளிவரிகளால்
என் மீது
எழுதத் தொடங்குகிறது

பின்னிரவில்
வெப்பம் தணிந்த உடலின்
கண்களில்
இரண்டு நிலவு மிதந்துகொண்டிருக்கிறது.

வண்ணங்களின் பிறப்பிடம்

அவளின் விரல்களில் அமர்ந்திருந்தது
வண்ணத்துப்பூச்சி
பறந்து செல்வதற்கு மனமற்று
அவளையே வனமென்று கொண்டது

விரல்களை
கிளையென்றும்
உதடுகளை மலரென்றும்
அமர்ந்தமர்ந்து உணர்ந்தது வண்ணத்துப்பூச்சி

தன்னில் பதிந்த வண்ணங்களை
அகற்ற விரும்பாது
அவள் சேகரிக்கிறாள் தன் மேனியெங்கும்
பல வண்ணங்களை

பிறகு
அவளே வண்ணத்துப் பூச்சியெனப் பறக்கிறாள்

அவளது ஆகாயத்தில்
அவளது தோட்டத்தில்

அவளது உதடுகள் மலர்கின்றன
அவளது கைகள் விரிகின்றன

நிலத்திலிருந்து எழுந்த தருணம்
அவளிடமிருந்து பறக்கிறது
ஓராயிரம்
வண்ணத்துப்பூச்சிகள்.

இடைவெளி

தூரங்களைக் கடக்கவியலவில்லை
விடைபெற்றுக்கொண்ட
தருணம்
உன்னிடமிருந்த எனக்கான சொற்கள் முழுதும்
இல்லாமல் போயிருந்தது
பகல் பிரயாணத்தாலும் உனது மௌனத்தாலும்
களைப்படைந்திருக்கிறேன்
வாகனத்தை
முந்திச் செல்லும் வாகனங்களால்
விடுபடுகிறேன் உன் நினைவிலிருந்து
தார்ச்சாலையில்
எனது வாகனம் செல்கிறது
முற்றுப்பெறாத பயணத்தை நோக்கி
இனிவரும் மாலைப்பொழுது
இனிவரும் இரவு
இனிவரும் நட்சத்திரங்கள்
இனிவரும் அலைபேசி வழியான உனது குரல்

ஒருவேளை என்னைக்
களிப்படையச் செய்யலாம்

நட்சத்திரங்கள்
அடிவானத்தில் மறைந்திருக்கின்றன.

தருணம்

கிளர்ந்தெழும் நினைவுகளின்
சுழலில் சுழல்கிறது மனம்

நதியில் நீந்தும் மீன்களைப் போல
நினைவுகளில் பயணிக்கிறது
ஒரு சொல்

அருகாமை நறுமணம்
உணவுப் பொருட்கள்
உடைகளின் வண்ணங்கள் என
ஏதாவது ஒன்றிலிருந்து
ஊற்றுப் போல நினைவுகள் உருக்கொள்கிறது

குளத்துத் தாமரைக் கொடிகளில்
சிக்கி மிதப்பது போலவும்
சுழித்து ஓடும் நீரில்
வந்தடையும் சிறுதுரும்பெனவும்
நினைவுகளில் தடுமாறி நிற்கிறது சில தருணங்கள்

தாமரை இலைகளில் உருளும் நீர்த்துளிகளென
அத்தருணங்கள் மாறிமாறி
வெவ்வேறு காலவெளிகளில் ஓடுகிறது
முழுதாய் விடுபடத் துடிக்கிறது

உன் நினைவு
தாமரை இலைமேல்
படர்கிறது நீரில்

ஒரு பூவைப் பறித்துக்கொண்டு திரும்புகிறேன்
கூடவே
நதிக்கரையில் காத்திருந்த தருணத்தையும்.

தீபங்களின் நடுவே

ஆயிரம் தீபங்களுக்கு நடுவே
ஒரு தேவதையைக் கண்டிருக்கிறான்
அவளது விழிகளைச்
சுடரெனச் சொல்லி
நாணங் கொள்ளச் செய்திருக்கிறான்
பட்டுடையில் மின்னியவாறு
புன்னகை பூத்தவளை
உறவென்று அறிமுகப்படுத்தினார்கள்
அதற்குப் பிறகு
திருவிழாக்களும்
தேரோட்டமும்
பூப்பல்லக்கும்
வருடந்தோறும் வந்து போகிறது அவளில்லாமல்
தூண்களில் மறைந்து கைவளையல் குலுக்கிச்
சிரிப்பவள்
இப்போது சிற்பமென
ஆயிரம் தீபங்களின் நடுவே

வெற்றிடத்தில்

விளக்கொன்று அணைந்து
திரி கருகும் வேளையும்

விளக்கொன்று சுடர்விட்டு
ஒளிரும் வேளையும்

அருகருகே.

சமையலறை உலகிலிருந்து

அந்தப் பெண்ணின்
உலகம் சமையலறையாக இருக்கிறது
அந்த உலகிற்குள்
கணவனுக்கான கடிதங்களைச்
சேகரித்துத் தந்து செல்கிறார் தபால்காரர்

முற்பகலில் வருகின்ற
கேபிள் இணைப்பாளர்
உலகச் செய்திச் சேனலை சரிசெய்து விட்டதாகவும்
நள்ளிரவில்
அவனை அலைபேசியில் அழைத்து
தொந்தரவு செய்யவேண்டாமென்றும்
சொல்லிவிட்டுச் செல்கிறார்

பிறகு வந்த
கேஸ் சிலிண்டர் விநியோகிப்பாளர்
காஸ் விலை ஏற்றத்தைச்
செய்தியாகச் சொல்லிவிட்டுச் செல்கிறார்

பழைய புடவைக்கு பிளாஸ்டிக் பொருட்கள் விற்பவன்
தெருவில் கூவியபடி நிற்க
மறுநாள் வரச் சொல்கிறாள்

தொலைபேசியில்
இரவு வருவதாக கணவன்
சொல்கிறான்

மாலை வேளையில் வீடு திரும்பும் குழந்தைகள்
விளையாட்டு அவசரத்தில் இருக்கின்றனர்

புதிய நிறுவனத்தின் புதிய பொருள் ஒன்றை
அறிமுகப்படுத்த வேண்டி
வாசலில் நிற்கிறான் ஒருவன்

வாழ்க்கைப்பாட்டிற்காக
அவள் தலைசீவிக் கொள்கிறாள்
கண்ணாடியில் முகம் பார்த்து ப்
பொட்டிட்டுக் கொள்கிறாள்

கணவனுக்குப் பிடித்தமான
உணவை சமைக்கத் தொடங்குகிறாள்.

சிறுமுயல்

மழை நின்றுவிட்டது
இனி வருவதற்கான
எந்த அறிகுறியும் தென்படவில்லை
இந்த வானம்
இத்தனை தெளிவாய்
இதற்குமுன் இருந்ததில்லை
மரம் தன் இலைகளில் தேங்கியிருந்த நீரை
உதிர்த்து முடித்திருந்தது
சிறுநதிகளாகப் பிரிந்து பரவிக் கிடந்தது
மழைநீர்
மழை நனைத்தது
புல்வெளியையும்
நிலத்தையும் மட்டுமல்ல என்பதை
அந்தச் சிறுமுயல்
தன் உடல் சிலிர்த்து தெளிந்த நீரால் உணர்த்தியது
மழை
முயலின் கண்களில் மினுங்கிக் கொண்டிருக்க

அதன் கால்களில் வழிந்த நீர்
நதியெனப் பெருக்கெடுத்து
காடுகளையும்
மலைகளையும் மூழ்கடித்துக் கொண்டிருந்தது.

மீண்டெழுதல்

நான் பெண்ணாய்ப் பிறக்கும்போது
பறித்துக் கொண்டார்கள்
அல்லது
செயலிழக்கச் செய்தார்கள்
கால்களை
கரங்களை
கண்களை
செவிகளை
நாவை
புலன்களை
மேலும்
பார்க்கவியலாத சிறகுகளை
பெண்ணாய்ப் பிறந்தேன் எல்லா உறுப்புகளோடும்
நீரை அருந்தினேன்
காற்றை சுவாசித்தேன்
நெருப்பை விழுங்கினேன்
நிலத்தில் புதைந்தேன்
வானத்தில் மிதந்தேன்
ஒன்றாய் நூறாய் ஆயிரமாயிரமாய்
பெருகி போராடிக் கொண்டிருக்கிறேன்.

பரிமாணம்

இசையென்றாய்
பாடலென்றாய் நல் அமுது என்றாய்
நிலவு என்றாய்
நீங்காத கனவு என்றாய்
கனவின் தேவதையென்றாய்
மலை என்றாய்
மலை முகடு என்றாய்
மலை முகட்டை உரசிச் செல்லும் மேகம் என்றாய்
மேகம் குளிர்ந்து பெய்யும் மழை என்றாய்
மழை பெருகி ஓடும் நதி என்றாய்
கடல் என்றாய்
கடலின் அலை என்றாய்
காதலின் நெருப்பு என்றாய்
என்றாய் என்றாய் என்றாய்
நான் மயங்கிச் சரிந்தேன்
பெண் என்பதை மறந்தேன்
நான் ஆதிசக்தி என்பதையும் மறந்தேன்.

நிலாக்காலம்

இந்த நிலவை தரிசிக்க
இரண்டு கண்கள் கொண்டு
இரு வாரங்களாய்க் காத்திருந்தேன்
ஒரு திரை விலகுவதைப் போல
இந்த பூமி நிலவை விட்டு அகன்றதைப்
பார்த்துக் கொண்டேயிருந்தேன்
நிலவு மறைந்த பூமியின் இரவு
கடல் கொந்தளிப்பால் நிறைந்திருந்தது
நீரில் வாழ்பவை
நிலத்தில் வாழ்பவை
அனைத்தும்
வெறிகொண்டு எழுந்து அடங்கின
பதற்றமுற்ற பூமி
நிலவை விட்டு விலகத் தொடங்கியபின்
இரு வாரங்கள் காத்திருந்தேன்
மிகுந்த கொந்தளிப்புடன்

இந்த நிலவு
இத்தனை குளிர்வாய் இருக்கிறது
இரவு
கொண்டாடுகிறது நிலவை
அமானுஷ்ய சக்தி பொழிகிறது
மனம் பிறண்டவர்கள்
தன்னிலை மறந்தவர்கள்
காமம் பூண்டவர்கள் என
அனைவரும் நிலவின் ஒளியில் நனைந்து
பூக்கிறார்கள்
இந்த நிலவு என் உறங்கப் போகிறது
என்ற நிலவு ஏன் உறங்கப் போகிறது
என்ற ரகசியம் புரியாமல்
பார்த்துக் கொண்டேயிருக்கிறேன்
நிலவை.

விளையாட்டு தந்திரம்

சதுரங்க ஆட்டம்
மிகச் சீராகத் துவங்கிவிட்டது
ராஜா கவலையற்று சிம்மாசனத்தில் அமர்ந்திருக்க
படைவீரர்கள்
நிச்சயிக்கப்பட்ட தங்களது தியாகத்திற்குத்
தயாராக இருக்கிறார்கள்
இரண்டு செவிகளும்
கூர்மையாய் செயல்படுகின்றன
மந்திரிகளுக்கு
யானைகளின் கால்களோ
துவம்சம் செய்யக் காத்திருக்கின்றன
தடைகள் அகன்ற பின்
கோபமுற்ற ராணியோ
அங்குமிங்கும் சுழன்று சுழன்று போராடுகிறார்
அவளுக்குத் தடைகளைத் தாண்டி
குதித்து குதித்து உதவுகின்றன குதிரைகள்
இரண்டு ராஜாக்கள் சுகித்திருக்க
ராணிகள் போராடிக் கொண்டிருக்கிறார்கள்.

காளான் பூக்கும் பருவம்

மாலை துயரமாகியது
குளிர்ந்த அவளது கண்களில்
தனிமை
வெம்மையாய் துளிர்க்கிறது
இரவின் இருண்மை
அவள்மீது கவிழ்கிறது

பகலும் இரவும் கூடியிருந்தவன்
நெடுந்தொலைவு சென்றிருந்தான்

தன்னை விட்டுச் சென்றவனின்
வழித்தடம்
காட்டுப்பாதை என்றறிந்திருந்தாள்

நடுஇரவில் மின்னல் ஒளியில்
அந்த வழித்தடம் தோன்றி மறைகிறது
அவளது நினைவுகளில்

காட்டு மரங்களின் ஊடே
காளான்கள் பூத்திருந்தன.

எனக்கான ஆகாயம்

மலையடிவாரத்து ஒற்றையடிப் பாதை

அதன்பிறகு
அவளைப் பார்க்க முடியவில்லை
தென்னை மரத்தினருகே
சேலை உலர்த்துவதற்கெனக்
காத்திருப்பவளை
மணல் படிந்த பாதங்களால்
நடந்து செல்பவளைப் பார்க்க முடியவில்லை
அந்த மணல் வெளியில்
அவள் பாதம் அமிழ்ந்த தடம்
இன்னும் இருக்கின்றன
ஆற்றங்கரையோரம்
காட்டுமல்லி பூத்துக் குலுங்க
ஒரு பூவைப் பறித்து முகர்கிறேன்
அவளை உணர்கிறேன்
மேலும்
அவள்
ஆற்றில் ஓடும் நீரிலிருந்து
வெளியேறுகிறாள்.

துணையாகும் சொற்கள்

தேவதருக்கள் நிரம்பிய
அந்த வனத்தில்
அவன் நினைவுகளையும்
அவன் தந்திருந்த சொற்களையும்
துணையாக்கி நடந்துகொண்டிருக்கிறேன்

பொழியும் மழையில்
மரங்களின் ஊடே நடக்கின்றேன்
குளத்திலிருந்து எடுத்த
தாமரை இலையைக் குடையாக்க
பெருங்காற்றில்
அது பறக்கிறது

ஒரு தேவதரு மரத்தை நெருங்குகையில்
தூரத்தில் நெருப்பு வெளிச்சம் தெரிகிறது

காற்றில் முறிந்துவிழும் கிளைகளைத் தாங்கி
வெள்ளம் பெருக்கெடுத்து

எனக்கான ஆகாயம்

ஓடும் நதியினைக் கடந்து செல்கையில்
அவன் குரல்
என்னைத் தொடர்கிறது.

வனத்தின் குரல்

பலா வெடித்து
தேனீக்கள் ரீங்காரமிடுகின்றன

வனமெங்கும் அதன் வாசனை
உன் அருகாமையை நினைவூட்டுகிறது

இந்தக் குளத்தில்
அல்லி மலர்கள்
இதழ் விரிந்து கிடக்கின்றன

மலர்ந்த அல்லியை
ரசிப்பதற்கோ
வெடித்த பலாவை
ருசிப்பதற்கோ
தயங்கும் உன் விருப்பங்கள்

பலாவைச் சுற்றிப் பறக்கும்
தேனீக்கள் போல
அலைகிறது

மரக்கிளைகளில் அமர்ந்திருக்கும் பறவைகள்
நம்மை ஏளனம் செய்வது
வனமெங்கும் ஒலிக்கிறது

குளம் தளும்பிக்கொண்டிருக்கிறது.

உனது திசை

விடைபெறும் சூரியனுக்குத்
தலை சாய்த்தது சூரியகாந்தி
அதிகாலை துவங்கிய அதன் பயணம்
இருள் வெளியில்
உறைந்து கிடக்கிறது

வானிலிருந்து
நட்சத்திரங்கள் உற்றுநோக்குகின்றன
அந்த மலரை

பகலில்
சூரியனைத்
துளித்துளியாக பருகிய அது
தனித்து விடப்பட்ட இரவில்
துவண்டு கிடக்கிறது

வான்வெளி
நட்சத்திரங்கள்
மேலும்
குளிர்நிலா என
எதனாலும் இயலவில்லை
அந்தப் பூவின்
மடல் விரியச் செய்ய.

எனக்கான ஆகாயம்

மழைக்கால மாலைகளில்
தவறாமல்
மழை வந்துவிடுகிறது

குடைபிடித்துச் செல்வோர்
சாலைகளில் கடக்கின்றனர்
வாகனங்களின் விளக்குகள்
மங்கலாக ஒளிர்கின்றன

நிலவற்ற வானம்
எனக்கு மேலே விரிந்திருக்கிறது
மழையில் நனைந்த
அதன் சிறகுகளை உலர்த்திக்கொண்டு

காற்றில் அலையும்
என் கூந்தல்
ஆகாயத்தை வருடியபடி
மயங்கிக் கிடக்கிறது
எனக்கான ஆகாயம்

இந்த மழைக்கால
வானம்
வசந்தத்தைத் தரையில் இறக்கியபடி இருக்க

கிளையில் அமர்ந்திருக்கிறது
ஒரு பறவையென
என் காதல்

சூல்கொண்ட மேகம்
மெல்ல விலக
மழைக் காற்றில் நனைந்த
என்
சிறகுகள் அசையத் தொடங்குகின்றன

நான் மிதந்து கடக்கின்றேன்
எனக்கான வானத்தை...

கல் மீன்

அன்றைய நாளுக்கான
சொற்களை
அவளிடமிருந்து பெற்றுக்கொண்டேன்

நதிக்கரை
நாணல்
கரும்புத் தோட்டம்
தரிசு நிலம்
ஆகியவற்றோடு பேசுகையில்
அல்லது பேசுவதற்காக
அந்தச் சொற்களைச் செலவிட்டான்

✤

இறுதியில்
தன்னிடத்திலிருந்த
சொற்கள் தீர்ந்து போக
அவளுக்காய் வாசலில் காத்திருக்கிறான்
எனக்கான ஆகாயம்

முற்றத்தில்
வார்த்தைகளை இறைத்துக் கொண்டிருக்கும்
அவள்

அவனுக்கான
வார்த்தைகளை
நதியில் மறைத்து வைக்கிறாள்

அதை விழுங்கிய மீன்களின்
வயிற்றில்
கல்லாய் உறைந்து கிடக்கின்றன.

மயில் அகவல்

இப்பொழுது
நம்மை நாமே கடந்து கொண்டிருக்கிறோமா

சில நேரங்களில் சொற்களினால்
பிறகு
மௌனத்தால்
அதன் பிறகு
கண்ணீரால்

நம்மிடையேயான தூரத்தை
எப்படிக் கடந்து செல்வது
நம் அருகாமையிலிருந்து
எப்படி விலகுவது

இலையின் மேல் உருளும் பனித்துளியென
உருண்டோடிக் கொண்டிருக்கிறது
இருவருக்குமிடையேயுள்ள
கேள்விகள்

எனக்கான ஆகாயம்

இடைவெளியை நிரப்புவதற்கான
அவகாசத்தை
ஏன் தரவில்லை
இந்த நிலவு

நிலாக் காயும்
பனி பொழியும்
இந்த நிசியில்
மயில்
உன் அருகாமையை
என்னிடம் பாடிக்கொண்டிருக்கிறது.

உறைதல்

விரைந்து செல்கையில்
முகத்தில் படும் குளிர்க்காற்றென
உன்னை உணர்கிறேன்

நீ
பனிப்பிரதேசம்
அப்பொழுது நான் கோடைநிலமாக இருந்தேன்

என்னைக் காண மேகமாய் மாறுகின்றாய்
பின்
ஆலங்கட்டி மழையாய் பொழிகின்றாய்

உன் அன்பு பெருகியோடிய நிலத்தில்
காய்கனிகள்
அடிபட்டு உதிர்கின்றன

நான்
உள் வாங்கி மலர்கின்றேன்
பட்ட விதையிலிருந்த பூக்களாய்

இன்னும் ஒரு பனிக்காற்றாய்
அது
உன்னைப் போலவே
உன்னை நோக்கி வருகின்றது

தேங்கிக்கிடக்கும் நீர்நிலைகளில்
என் முகம் பார்க்கின்றேன்
நீ
தெரிகின்றாய்

பனிக்காற்று வீசி நம்மைக் கலைக்கின்றது

உறைந்த ஏரியைப் பார்த்துக் கொண்டிருக்கிறது உலகம்.

மழைக்காலத்தின் முடிவில்

நிலத்தின் அடியாழத்தில்
ஈரம் படரவிட்டிருந்த மழைக்காலம்
அப்பொழுதுதான்
முடிந்துவிட்டிருந்தது

பூக்களின் வாசனை பரவிக்கிடந்த
இரவு நேரத்தில்
எனது படுக்கையில் அவனைத் தேடினேன்

அருகில் காணாத அவனை
நகரத்து வீதிகளில் தேடிப் பரிதவித்தேன்

இரண்டு பக்கங்களிலும்
உயர்ந்த கட்டடத்தை
அரண்களாகக் கொண்டிருந்த
அகலமான வீதியை
நடந்து கடக்கிறேன்

சாளரங்களின் வழியே கசிகின்ற
ஓசைகளில்
அவனைக் கண்டடைய முடியவில்லை

கோபுரங்களின் மறைவிடங்களில்
பதுங்கிக் கிடக்கும்
புறாக்களின் சிறகசைப்பில்
அவனைக் காணவில்லை

நீண்டு படிந்திருக்கும்
விளக்குக் கம்பத்தின் நிழலில்
அவனைத் தேடிக் களைக்கையில்
நனைந்திருந்த நிலம்
அவனது இருப்பை உணர்த்திக் கொண்டிருந்தது.

தோழியொருத்தியின் குரல்

என்னை
உங்களுக்கு நினைவிருக்கிறதா
நம்
சிறு பிராயத்தில்
இந்த மைதானத்தின் நடுவே
மணல்வீடு கட்டி
விளையாடித் திரிந்திருக்கிறோம்

கால் தடுக்கி
பெருவிரல் நகம் பெயர்ந்து
ரத்தம் வழிய
அழுது ஓடியவள்தான்
நான்

பெருகிய உதிரம் துடைத்திட
பதறித் தவித்தவர்கள் தானே நீங்கள்

என்னை ஞாபகமிருக்கிறதா

நம் தெருவில்
நிலா வெளிச்சத்தில்
கண்ணாமூச்சி விளையாடி
ஒளிந்தவளைத் தேடி
இரவு முழுக்க அலைந்தீர்களே

அப்பொழுது
ஒளிரும் மின்னலைப் போல தோன்றி மறைந்த

நான்
இப்பொழுது
நீங்கள் தேடாமலேயே
உங்கள் முன் நிற்கிறேன்

மின்னலுக்குப் பின்பான
அடர் இருளைப் போல
என்னை
உங்களால் ஞாபகம்கொள்ள முடிகிறதா

நம் பள்ளி வளாகத்தில்
புளியங்காய் பறிக்க
கல்லெறிந்து
கண்ணாடியை உடைத்தவள்தான்
நான்

அன்று
எனக்கான தண்டனையை
ஏற்றுக்கொண்டவர்கள்தானே நீங்கள்

உங்களில் யாருக்கேனும்
என் பெயர் நினைவிலிருக்கும்
கூடவே
வகுப்பறையில்
உதிரம் பெருகி பூப்பெய்தியதும்
உங்களிடமிருந்து
நான்
மௌனமாக விலகிச் சென்றதும்.

செய்திகளற்ற பகல்பொழுது

தபால்காரரின் வருகையையொட்டி
கதவும் ஜன்னல்களும்
திறந்து கொள்கிறாள்
துயிலா இமைகளைப் போல

தெருவில்
நிழல்தராத பகல்
அவளது துயரத்தைக் கண்டபடி கடந்து செல்கிறது

அவளின் துயரம்
மேலும் பெருகும்விதமாக
இவள் பெயர் தாங்கியிராத
கடிதங்களைச் சுமந்தபடி
அவளைக் கடந்து செல்கிறார் தபால்காரர்

அருகாமை வீடுகளில் ஒலிக்கும்
குரல்கள்

அவளது இருப்பை
உறுதி செய்கின்றன

தனக்கு வராத கடிதங்களைப் பற்றிய
கற்பனைகளுடன்
மீண்டும் ஒரு நாளுக்காய்
காத்திருக்கத் துவங்குகிறாள்.

இதற்குமுன்

இதற்குமுன்
இவ்விதமாக யாரையேனும்
ஆக்கிரமித்திருந்தேனா

ஒரு புயலைப் போல
யாவற்றையும் புரட்டிப்போடும்
அன்பைப் பொழிந்திருந்தேனா

இத்தனை பிரியங்களைச் சொற்களாக்கி
உனக்குப் பரிசாகத் தருவேனா

உன் பிரிவை
வாழ்வின் துயரமான தருணமெனக்
கருதித் தவிப்பேனா

நம் சந்திப்பை
காலத்தின் மிகப்பெரிய அதிர்ஷ்டம்
என்று சொல்லி மகிழ்வேனா

எனக்கான ஆகாயம்

உண்மையில்
உனது பிரிவும் சந்திப்பும்
என்னுள் நிகழ்ந்திருக்கிறதா.

வண்ணமிழந்த செயல்

சூரிய உதயத்திற்கு முன்பாக
என்னிடமிருந்து சென்றுவிடுவான்

எனது
இரவும் பகலும்
ஒரே நிறத்திலானதாய் மாறிவிட்டது

எனது
இரவையும் பகலையும்
கண்டுணரச் செய்ய
அவனது விழிகளைத் தந்திருக்கிறான்

அந்த விழிகளைக்கொண்டு
கடந்து வந்திருக்கிறேன்
இரவுகளை

அவன்
என்னிலிருந்து நீங்கிச் செல்லும்
எனக்கான ஆகாயம்

ஒவ்வொரு விடியலும்
துயரம் மிக்கதாகவே புலர்கிறது

இரவுக்கும் பகலுக்கும்
இருவேறு நிறங்களுண்டு என
என் பொழுதுகளை வர்ணித்தவன்
வண்ணமற்ற மலர்களை
தந்துவிட்டுச் சென்றிருக்கிறான்.

பனிப்பொழுதைக் கடந்து

நெடுஞ்சாலையில்
பனிமூடி நிற்கின்ற வாகனங்களைப் பார்க்கின்றேன்
நினைவுகள் உறைந்து என்னுள் கிடப்பதுபோல
ஒவ்வொரு வாகனமும் வரிசை தவறி நிற்கிறது

பனிபொழியும் அந்த மாலையில்
விளக்கொளியில்
நின்றிருக்கிறாய்

உன்னைக் கடக்கவேண்டுமென்ற தயக்கத்தில்
பனித்துண்டுகளைத் தட்டிவிட்டபடி
நின்றிருந்தேன்

இடைவெளியில்
காற்றும் பனியும் நிரம்பியிருக்கிறது

மஞ்சள்நிற வெளிச்சத்தில்
உன் பார்வையை அறியமுடியவில்லை

எனக்கான ஆகாயம்

அல்லது
என்னைத் தவிர்க்கிறாயா
என்பதும் தெரியவில்லை

பனித்திரை மறைந்துவிடும்
தூயகாலையில்
உனது வாகனத்தில் அமர்ந்து
என்னைக் கடந்து சென்றிருப்பாய்

நெடுஞ்சாலை வழியே விரைந்து செல்கையில்
இன்னமும் உருகாத பனிக்கட்டிகள்
நம்மை நினைவூட்டலாம்.

அரும்புகள் மலரும் பருவம்

அதிகாலைப் பெருமழையில்
முற்றத்து முல்லை அரும்புகள்
தன் இதழ்களிலிருந்தும்
நீர்த்துளிகளைச் சொட்டிக் கொண்டிருக்கின்றன

தெப்பம் போல
நீரில் மிதக்கிறது
உனது உருவம்

காகங்கள்
வீடுதோறும் அமர்ந்து கரைகின்றன

மலர்ந்திருக்கும்
முல்லைப் பூக்களைச் சூடிக்கொள்வதற்கு
நீ
இன்னமும் வரவில்லை

துளிநீரைத்
தன் இதழ்களில் ஏந்தி
மொட்டவிழும் அரும்புகளின் வாசனை
உன்னை
என் வீடெங்கும்
பரவச் செய்துகொண்டிருக்கிறது

சுழற்சி

பச்சைப் புல்வெளியின் மேல்
மிதக்கின்ற நீலவானத்தில் பறந்து செல்கிறது
பஞ்சுப் பொதிகள்

பஞ்சுப் பொதிகளில் இருந்து கசிகின்றன
அன்பின் துளிகள்

பச்சைவெளியின் ரகசியங்களைச்
சுமந்து செல்கின்ற பொதிகள்
நிலத்தின் வழியாகக்
கடலைச் சேர்கின்றன

பறவைகள்
பறக்கின்ற வானம்
நிலத்தில் அடங்குகிறது.

குளத்து நீர்

குளத்தின் நீர்ப்பரப்பு
ஆம்பல் இலைகளினால்
போர்த்தப்பட்டிருக்கிறது

நிலத்தைத் தொடமுயன்று
தோற்றுத் திரும்பும்
சூரியனின் ஒளிக்கற்றைகளில்
ஒளிர்ந்து கொண்டிருக்கிறது
இலைகள்

அங்கொன்றும் இங்கொன்றுமென
காற்றில் புரளும்
ஆம்பலின் இலைகளில்
செம்மை படர்ந்திருந்தன

நெடுந்தூரம் கடந்து வந்த களைப்பிலும்
தாகத்திலும்

பாசி படர்ந்திருந்த நீர்ப்பரப்பில்
தாகம் தணித்துக்கொண்ட

நீர்ப் பறவைகளின் பாதம்பட்டு கலைந்த பாசி
மீண்டும் மூடிக்கொண்டது

குளத்தின் ஆழம்
ஒருபோதும்
தீர்ந்துவிடாத தாகத்தைத் தருகின்றது.

உன்னுடன் வரும் எனது பொழுது

நம்மை
மழை நனைந்த பொழுது
இன்னும்
நீர்த்திவலைகளாக
மனதில் படிந்திருக்கிறது

புத்தக அடுக்குகளிலிருந்து
தலை நீட்டித் தெரியும்
நான்காய் மடிந்த காகிதம்
முழுமையாய்ச் சொல்கிறது
உனது துயரங்களை

விம்மியடங்கும் ஓசைகள்
மெலிதாய் எழுகின்றன

கடிதம்
புத்தகத்தினுள் வைக்கப்பட்டவுடன்
மழை தொடங்கிவிட்டது

எனக்கான ஆகாயம்

இங்கு
வேறு யாருமில்லை
புத்தகத்தைப் பெற்றுக்கொண்ட
எனது விரல்களில்
மழைத்துளி பட்டுத் தெறிக்கிறது
மழை நனைத்து கொண்டிருக்கிறது
மரங்களை
செடிகளை
பூக்களை
பறவைகளை
கூடவே
உன்னையும்
உன்னுடன் வரும் எனது அன்பையும்

நீ
கொண்டு செல்கிறாய்
நம்மை நனைத்த மழையையும்
அந்தப் பொழுதையும்.

நிலவாகும் பறவை

பறவைகளற்ற கூண்டில்
நிலவின் ஒளி
நிரம்பிக் கொண்டிருக்கிறது

சற்று முன்பாகத்தான்
கூண்டிலிருந்த பறவைகளைக்
கொண்டு சென்றனர்

வழிநெடுக
அப்பறவைகள்
இசைத்துக் கொண்டிருக்கின்றன
உதிர்ந்த
ஒற்றைச் சிறகினை

எறும்புகள் மொய்க்கத் தொடங்கிவிட்டன
காதல் நினைவுகளை

கூண்டினைத் திறக்கின்றேன்
பறவைகள் போல
வெளியேறுகிறது நிலவு

பின் தொடர்கிறேன்
வழி தவறிய பறவையைப் போல.

காற்றில் அசையும் கனவு

செங்காந்தள் மலர்ச்செடியினருகே
சிவப்பு நிறப் பூக்களின் வசீகரத்தை
அன்பின் வரிகளாக்கி
கடிதம் சுமந்து நிற்கிறான்

அவனது
தாமரை விழிகள் இரண்டும்
அவளை அருகாமைக்கு அழைக்கின்றன

புங்கை மரத்தின்
கிளைகள் அசைய
கொலுசுகள் சப்தமிட
ஊஞ்சலாடுபவளின் கண்கள்
மானின் மிரட்சியாய் உருள்கின்றன

இருவரும்
ஊஞ்சலாட்டத்தைப்
பகல் கனவாய் காணுகின்றனர்

எனக்கான ஆகாயம்

இரவில்
யாருமற்ற நடுநிசியில்
அவர்களின் கனவுகள்
அசைந்து கொண்டிருக்கின்றன.

வெட்கத்தின் பொழுதுகள்

இப்பொழுதும்
அப்படியேதான் இருக்கிறேன்

நமது
முதல் சந்திப்பின் வெட்கம் உடுத்திய பொழுதுகள்
உலர்ந்துவிடாமல்
அப்படியேதான் இருக்கிறேன்

எப்பொழுது
சந்திப்போமென்று
எனக்குத் தெரியாமல்
சந்தித்த நினைவுகளில்
உயிர்த்துக் கொண்டேயிருக்கிறேன்

விரல் பற்றி நிகழ்ந்த சந்திப்பை
மனம் பற்றி நகர்ந்து கொண்டிருக்கிறது

கண்கள்
கரங்கள்
பாதங்கள்
எவ்வாறு ஒன்றிணைந்திருந்தன
என்பதையறியாமல்
நாம்
நம்மை அறிந்தபடி இருக்கின்றோம்
காதலைச் சுமந்தபடி.

கடந்து செல்லும் காலம்

இந்தப் பயணம்தான்
எத்தனை எளிதாய் துவங்கிவிட்டது

மலைகள்
குன்றுகள்
நதிகள்
உருப்பெற்று நிலைபெறும் முன்
நிலவெளியில்
காற்றெனத் துவங்கியது

அவளால்
அவனது பொழுதுகள் முழுமையடைந்திருந்தன

வெம்மை
குளிர்மை என
அவளை உணர்ந்திருந்தான்

அப்பொழுதெல்லாம்
ஒருபோதும் முடிந்துவிடாத பயணத்தை
யாவருடனும்
துவங்கிவிட இயலாது என்பதை
அவன் அறிந்திருக்க வில்லை

காற்றைப் பற்றி நடந்த அவன்
கடந்து கொண்டிருக்கிறான்
காலத்தையும்
காதலையும்.

நினைவுகளின் வாசனை

வாசனைகள்
அவனை ஞாபகங்கொள்ளச் செய்கின்றன

பனித்திவலை படிந்த
பசும்புற்களின் வாசனை
அவனுடனிருந்த அதிகாலையை நினைவூட்டுகிறது

உருளும் பனித்துளிகளில்
அவன் கண்கள் மூடி இமைக்கும் காட்சி
மனதில் எழுந்து அடங்குகிறது

முந்தைய முற்பகல் தினத்தில்
ஒருநாள் அவளது இருப்பிடம் வந்திருந்தான்
பகலின் வாசனை
தேனீராக மாறியிருந்தது

பகலிலிருந்து
அவனுடைய
எனக்கான ஆகாயம்

வாசனையைப் பிரிக்கவியலாது
என்பதையுணர்ந்த
மழை பொழியும் ஒரு மாலையில்
மலர்களோடு காத்திருந்தாள்

ஈரம்படர்ந்த மண் வாசம்
காற்றில் கரைந்து
அவனாக மாறியிருக்கையில்
அவள் தனித்திருக்கும்
நிலாப் பொழுதின் வாசனை

காதலாக மாறியிருக்கிறது.

நீலநிறக் காதல்

அந்த நிழற்குடை
பிரிவின் அடையாளமாக
பின்பொரு நாளில் மாறிவிடும் என்பதை
அவர்கள் அறிந்திருக்கவில்லை

நீலநிறப் பூக்கள் பூத்திருந்த பூங்காவில்
அமைந்திருந்த நிழற்குடை
காதல்கள்
இணைந்ததையும்
காதல்கள் பிரிந்ததையும்
உணர்ந்திருக்கிறது

அந்த நிழற்குடையே
அவர்களின்
நீலநிறக் காதலின் சாட்சி

பூக்களையும்
தென்றலையும்
எனக்கான ஆகாயம்

மேலும்
நிலவையும் காதல் குளிர்விக்கிறது

காதலின்
அந்திப் பொழுதுகள்
வெட்கத்தையும் மகிழ்வையும்
பரிசளிக்கின்றன

நீலநிறப் பூக்கள் உதிரத் துவங்கிய
பின்பொரு மாலையில்
அன்பின் ஊடல்
காதலை
மீண்டும் பூக்கச் செய்கின்றது.

காற்றில் கிளை அசைகிறது

மலைப் பாதையில் ஒரு வளைவில்
தனியாக நின்றிருக்கிறேன்

என்னிடம் வர சற்றுத் தாமதமாகியது
மாலைக்காற்று
வழக்கமாகக் கடந்து செல்லும்
மஞ்சள் விளக்கிட்ட வாகனங்கள் வரவில்லை
காட்டெருமைகள் வரக்கூடுமென
வேகமெடுக்கும் பள்ளி மாணவர்கள் வரவில்லை

எப்போதாவது
மான்கள் கடந்து செல்லும் பாதையில்
தனியாக நின்றிருக்கிறேன்

என்னுடன் உறவாடும் மாலைக் காற்றைப்
பரிசளிப்பவனும்
இன்னும் வரவில்லை

அன்பை
காற்றின் குரலாக
மாற்றி அழைத்து வருபவன்

நேற்றைய காற்றைப் பருகி
இன்று ஜீவித்திருக்கிறேன்
காத்திருக்கிறேன்

செல்ல நாய்க் குட்டியென
அவன் வருவது
தொலைவில் தெரிய

காற்றில் கிளை அசைகிறது.

முதிர்கால வண்ணங்கள்

மயங்கிச் சரியும் அந்திவானத்தின்
வண்ணங்களில்
என் நினைவுகள் கரைந்திருந்தன

வெகு உயரத்தில் பறந்துகொண்டிருக்கும்
விமானத்தின் தோற்றமென
உன் நினைவு

இரவு வானத்தின் ரகசியங்களாய்
மனதின் நினைவுகள்

என்னை விரும்பியபடி
இன்னொரு பெண்ணோடு வாழ்ந்துகொண்டிருக்கும்
உன்னிடம்
என்னை நினைவூட்டுவது
உன் மகளின் பெயர்

அவரவர் கைகளுக்கு அகப்பட்ட
வாழ்வின் வண்ணங்களையெடுத்து
பூசிக் கொண்டிருக்கிறோம்

காலம் கழிகிறது
பலப்பல வண்ணங்கள்
நம்மீது தீட்டியபடி

வாழ்க்கையின் வண்ணங்கள்
மெதுவாக
நிறமிழக்கத் துவங்கிவிட்டன

நினைவுகள்
நிறமற்ற ஒன்றாய் மாறுகிறது

ப்ரியங்களின்
அடர்த்தியான வண்ணங்களை
எதனாலும் மாற்றமுடியாமல்
தவிக்கிறது
இந்தப் பிறவி

கடந்து கொண்டிருக்கிறோம்.

பின்னிரவுப் பனிக்காலம்

இந்தப்
பனி இரவில்
உன் பார்வை பாதங்களில் படுகின்றது
ஆடைகளை மறைந்துக்கொள்கிறேன்

கண்களைப் பார்க்கின்றாய்
தலை கவிழ்கிறேன்

பிடறியில் விழுந்து கொண்டிருக்கும்
உன் கண்கள்
தரும் அவஸ்தையிலிருந்து மீள
நானாகப் பேசுகிறேன்

மறுமொழியாய்
ஏதோ சொல்லியபடி
பின்னிரவில்
என்னை நீங்கிச் செல்கின்றாய்

நான்
என் பாதங்களை
வருடிக் கொடுத்தபடி
உன்னில் மூழ்கிப் போகிறேன்

எப்போதும் போல
என் பின்பாக விழுந்து அவஸ்தைக்குள்ளாக்குகிறது
உன் நிழல்.

பெருந்துயில்

அவளது பெருந்துயில்
கலைக்க முடியாததாக இருக்கிறது
திறக்கவியலா வாசலைப் போல

கனவுகளினாலும்
காதலின் தீராத நோவினாலும்
இரவு விழித்திருந்த
அவளை அதிகாலைத் துயில் போர்த்தியிருக்கிறது

உறக்கமும்
ஏக்கமும் விழிகளில் படர்ந்திருந்தது

காமனை வேண்டிய நாச்சியாராய்
அவளும்
கனவில் அவனிடம் நேர்ந்துகொண்டாள்

தோழி
மூடிய அறைக்கதவைத் திறக்கச் சொல்லிய
அதிகாலைக்கு முன்பு
மணல் வட்டமிட்டு
காதலை அடைந்திருந்தாள்
அவளுடைய அன்றைய கனவில்.

பறவையின் நிழல் தரும் துயரம்

மலையடிவாரத்தில்
பசுக்களின் மணியோசைகளுக்கு ஊடே
அவர்கள் பிரிகின்றனர்

ஆவினங்களின் நடை
ஆடுகளின் மேய்ச்சல் குரல்
அவனது நிழலைக் கடந்து பின்செல்கிறது

பசுக்கள் மடிநிறைந்து
பாறைகளில் கசிய விட்டிருந்த பால் துளிகளில்
அவளின் கண்ணீர்த் துளிகளும் படர்கிறது

மலை அடிவாரத்தில் விரிந்திருந்த வயலின்
ஒற்றைப் பாதையில் செல்கிறான்
அவன்

பறவையின் நிழல்
ஆகாயத்திலிருந்து விழும்பொழுது
எனக்கான ஆகாயம்

அவளைவிட்டு வெகுதொலைவு சென்றிருந்தான்

ஆவினங்கள் திரும்பும் சாயும்பொழுதில்
வீடடைகிறாள்
நோயுற்றவள் போல

அவள்
உடன்படும் பொருட்டான
அவனது வார்த்தைகள்
பசுக்களின் கழுத்து மணியோசையென
தொடர்ந்து ஒலித்துக் கொண்டிருக்கிறது
அவளது இதயத்தில்.

தொலைந்த அண்மை

இவ்விரவு வேளை
கண்களோடு மனதையும்
கூசவைக்கும்படி
நகரத்து விளக்குகள் ஒளிர்ந்தன

வந்து மறையும் வாகனங்களின் ஓசை
மற்றும்
இடையிடையேயான
நடமாட்டங்களின் வழி காதடைகிறது மனிதக்குரல்

இரவுத்துயிலைப் பறிகொடுத்தவன்
சதாபொழுதும்
தன் நினைவுகளிலிருக்கும்
இரவினைக் காணவேண்டி துயருறுகிறான்

அவனது இரவில்
கால்மாற்றி நிற்கும் எருதுக்கூட்டத்தின் ஓசை
சாளரத்தின் வழி வருகிறது

தன் சகியை
அண்மையில் பூத்த இரவுப் பூவென
முகரும் பொழுதினை
பத்திரப்படுத்த இயலாதது வேதனையால் கலங்குகிறான்
அவனது இரவும்
அவனுடைய அண்மையும் தொலைந்துவிட்டன

புற்கட்டுகளும்
பால்கவுச்சியும் கொண்ட
இல்லத்தில் பின்வாசலில்
முழுநிலவு

இப்போதும்
தன் சகியின் வேதனையைக் கண்டபடி நகர்வதை
நகரத்து நிலா பார்த்துக்கொண்டிருக்கிறது.

அவரவர் மழை

குளிரத் துவங்கியிருந்த மாலை
செம்மை படர்ந்திருந்த நீல வானத்தில்
துண்டு கருமேகம் மிதந்து நகர்கிறது

விடுதித் தோழியர்
பிற்பகல் உறக்கம் விலகி எழுகின்றனர்

கலைந்து கிடந்த புத்தகங்களோடும்
படிப்பதற்கான குறிப்புகளோடும்
அவனை நினைத்திருந்தாள்

அவனில்லாத நாட்கள்
மேகமாய்த் திரண்டு கனத்து
மழையாய்ப் பொழியத் தொடங்குகிறது

அது
நீரினை மட்டுமன்றி

அவனது தேசத்திலிருந்து
அவனது அன்பையும்
சுமந்து வந்திருப்பதையறிந்த அவள்

தன் நாவின் நுனியில்
முதல் துளியினை ஏந்திக்கொள்கிறாள்

அவளது தீண்டலில்
சிலிர்க்கின்றது மழை.

சிறகிலசையும் காதல்

பூங்கொத்துகளை
ஏந்தி வருகிறாய்
இரு கரங்களில்
விரல்கள் நடுங்கிக் கொண்டிருக்கின்றன

வெண்மலர்கள் சூடிய மங்கை
பின் தொடர
மெல்ல நடக்கின்றாய்

தேவாலய மணியோசை
நினைவடுக்குகளில் அந்தரங்கங்களை
எழுப்பிக் கொண்டிருக்கிறது

நீ
ஏற்றிவைத்த விளக்கின் சுடர்
அணைந்துவிடாதிருக்கும் படியான
எனது மன்றாட்டுகளை
கடந்து செல்கிறாய்

எனக்கான ஆகாயம்

உன்
அருகாமையிலிருக்கும்
பெண்ணின் விருப்பத்தை
நீ அறிய ஆவல் கொண்டிருப்பது போல
விருப்பம் என்ற சொல்லை
நீ
சொல்வதற்குத் தயங்கியவனாயிருப்பதை
ஆவலுடன் பார்க்கிறேன்
யாரோ
புறாக்களைக் கூடுதிறந்து பறக்க விடுகின்றனர்

மணியோசையையும்
நீ
முதன்முதலாய் தந்த பூங்கொத்தின்
நறுமணத்தையும்
சிறகுகளின் அசைப்பில்
நகர்த்திச் செல்கின்றன
கோபுரப் பறவைகள்.

மழைக்காலக் கோலம்

ஒரு அதிகாலைப்பொழுதில்
பெண்கள் கோலமிட்டுக் கொண்டிருக்கிறார்கள்
அது
அடர்மழைபொழியும் காலமாகவும் இருந்தது

முன்பொரு அதிகாலை
அவள்
அப்போதுதான் கோலமிட்டுத் திரும்பியிருக்க
மழைபொழிந்து கலைத்துக் கொண்டிருந்தது

இருள் விலகியிராத அந்தப் பொழுதில்
வேலையாய்ச் சென்றவன்
இன்னமும்
திரும்பியிருக்கவில்லை

வரைந்த கோலங்களைக் கலைப்பதும்
கலைந்து கிடக்கும் புள்ளிகளை இணைப்பதுமான
விளையாட்டில்

எனக்கான ஆகாயம்

அவனுடனிருந்த அதிகாலை
ரகசியங்கள்
அவள் மனத்திலிருந்து வெளியேறி
வண்ணப்பொடியில் சேகரமாகிறது

பெரும்மழை கலைத்திடாத
வண்ணங்களைச்
சுமந்து கொண்டிருக்கிறது கோலம்.

மணல் இல்லாத ஆறு

ஆற்றங்கரையில்
நாங்கள் நட்டுவைத்த
செடிகளை
யாரோ பிடுங்கி எறிந்துவிட்டனர்

தட்டாங்கல்லுக்குப் பொறுக்கி வைத்திருந்த
கூழாங்கல்லைக் காணவில்லை

சிறு மீன்களுக்குப் பொரியிடும் வயோதிகர்கள்
இன்று வரவில்லை

ஊத்துத் தோண்டி விளையாடும் சிறுமிகள்
மிரண்டு ஓடுகின்றனர்

ராட்சஷ ஓநாய்களைப் போல
ஓலமிட்டு வருகிறது மஞ்சள்நிற லாரிகள்

லாரிகள் சுமக்கும் மணல்களில்
சிறு நத்தைகள் சுருண்டு மடிகின்றன

ஈரம் உலர்த்துவதற்கென
நின்றிருந்த வேம்புகள்
இன்னும் சிறிது நேரத்தில் விழப்போகின்றன.

வேங்கை இருந்த நிலம்

வேங்கை மரத்தின்
பாலைத்தொட்டுப் பொட்டிட
கானகத்தின் நடுவே நிற்கிறேன்

என் சிறுவயது நெற்றியினை
அலங்கரித்தது
வேங்கை மரப் பொட்டு

என் குமரிப்பருவத்தை
அழகுபடுத்தியது அது

என் மகளுக்குப் பொட்டிட மரம் தேடுகிறேன்
இந்த வனாந்தரத்தில்

மேட்டுநிலத்தின் மையத்திலிருந்தது
என் சிறுவயது வேங்கை மரம்

அந்த நிலத்தில்
கல்கட்டடம் முளைத்து உறைந்து நிற்கிறது
ஏதேதோ மரங்களின் ஊடே

வேங்கை இருந்த நிலம்
துயரமெனக் கிடக்கிறது கானகத்தில்.

சக்தி ஜோதி (1972)

தேனி மாவட்டத்தில் முல்லையாற்றின் ஈரம் படர்ந்திருக்கும் அனுமந்தன்பட்டி கிராமத்தில் பிறந்து, மருதாநதி கரையின் அய்யம்பாளையத்தில் வசிக்கிறார் சக்தி ஜோதி. பெற்றோர் : பாண்டியன், சிரோன்மணி.

தமிழில் முதுகலைப் பட்டம் பெற்றிருக்கிறார். சங்க இலக்கியத்தில் முனைவர் பட்ட ஆய்வு மேற்கொண்டிருக்கிறார். நீர்செறிவு மேலாண்மையைக் கவனப்படுத்தி செயல்படுகிற இவர் விவசாயம் மற்றும் பெண் கல்வியை மையப்படுத்தி சமூகப் பணியாளராக இயங்கி வருகிறார்.

பணிநிமித்தமாக சீனா, இலங்கை, மலேசியா, சிங்கப்பூர், அமெரிக்கா, தாய்லாந்து, இஸ்ரேல், போர்ச்சுக்கல் ஆகிய நாடுகளுக்கு பயணித்திருக்கிறார்.

இவரது கவிதை தொகுதிகள்

நிலம் புகும் சொற்கள்	- 2008
கடலோடு இசைத்தல்	- 2009
எனக்கான ஆகாயம்	- 2010
காற்றில் மிதக்கும் நீலம்	- 2011
தீ உறங்கும் காடு	- 2012
சொல் எனும் தானியம்	- 2013
பறவை தினங்களைப் பரிசளிப்பவள்	- 2014